சிவதத்துவம் ஈக

- பாடல்கள் -

சிவதத்துவ நித்தியாநந்தன்

நூல் தலைப்பு	:	**சிவதத்துவம் ௱௧**
முதல் பாதிப்பு	:	**2024**
நூல் ஆசிரியர்	:	**முனைவர் வி. நித்தியாநந்தன், Ph.D.**
புனைப் பெயர்	:	**சிவதத்துவ நித்தியாநந்தன்**
வினைப் பெயர்	:	**சிவதத்துவர்**

உரிமம் பதிவு செய்யப்பட்டுள்ளது

Book Name	: Sivathathuvam 101
Auther Name	: Dr. V. Nithyananthan, Ph.D.,
Publishing Fields	: Philosophy
Type	: 101 Tamil Poetry

Communication details:
Mobil : 9340044559
Email : nithyaworld@gmail.com

ஆசிரியர் உரை:

இறை அறிவை தன்னகத்தே கொண்டு பிறவி எடுத்த மனிதன் பசி, துன்பம், வறுமை, நோய், இயற்கைச் சீற்றம், முதுமையினால் ஏற்படும் துன்பம் இவைகளில் இருந்து தன்னை தற்காத்துக்கொள்ள ஓடத் தொடங்கி, வாழ்வின் நேரத்தையும் உடல் ஆற்றலையும் தனது தேவையை நிறைவு செய்வதிலேயே முடித்துக் கொள்கிறான். வெறும் தேவைக்காக மட்டுமே வாழ்ந்து முடிந்தால் அது விலங்கின வாழ்க்கையாகிவிடும்.

ஆறறிவு கொண்ட மனிதன் தேவையை கடந்து, வாழ்வின் நோக்கம் கண்டு, தன்னிலை விளக்கம் பெற்று, பிறவித்தொடர் அறுத்து, வாழ்வை முழுமையடையச் செய்யவேண்டும். இதற்கான இறைஞானக் கல்வியை யோகிகள், மகான்கள், ஞானிகள், ரிஷிகள், சித்தர் பெருமக்கள் பலவாறாக, பலவகையில் கூறி இருப்பினும், இறைஞானத்தை கற்கவேண்டிய அவசியத்தை அறியாமையால் அலட்சியப்படுத்தி, அறிவு முடக்கம் பெற்று, மனிதன் மாண்டு போகின்றான்.

"மடமையை கொளுத்தி, மக்கள் மனதினில் அறிவுச்சோதி!
இடம்பெற செய்தல் ஒன்றே இன்னலை போக்கும்"

என்ற வரிகளுக்கு இணங்க, மனிதன் தனது வாழ்வை, பிறவியின் நோக்கத்தை, அறிவைகொண்டு சிந்தனை செய்தால், அறியாமை இருள்விலகி, அறிவின் ஞானத்தை பெற்று முழுமை அடைவர். அதற்கான சிந்தனையில் ஆக்கம் பெற்றதே சிவதத்துவம் ஆக.

"யான்பெற்ற இன்பம் பெறுக இவ்வையகம்;
வான்பற்றி நின்றமறை பொருள் சொல்லிடின்;
ஊன்பற்றி நின்ற உணர்வுறு மந்திரம்;

தான்பற்றப் பற்றத் தலைப்படும் தானே!"

என்ற திருமூலரின் திருவடிகள் கூற்றுப்படி சிவ தத்துவ பாடல்களை சிவவாக்கியர் வழிநின்று எழுதி, சிவதத்துவ நித்தியாநந்தன் என்ற பெயரில் வெளியிடுவதில் நான் பெருமகிழ்ச்சி கொள்கிறேன்.

இந்த சிவ தத்துவ பாடல்களை சீரிய முறையில் ஆய்வு செய்து போதிய விளக்கங்களை என்னிடம் கேட்டறிந்தும் போதிய விளக்கங்களை வழங்கியும் பாடல்களில் உள்ள நிறை குறைகளை கண்டறிந்து, போதிய திருத்தம் செய்ய உதவிய அருள்நிதி. நா. ராஜா, சித்த வைத்தியர் மற்றும் மனவளக்கலை பேராசிரியர் கூடுவாஞ்சேரி அவர்களுக்கும் மற்றும் நண்பர் ந. பைரவமூர்த்தி, பாரம்பரிய நட்டு வைத்தியர், அகத்தியர் குடில், தென்மேல்பாக்கம் அவர்களுக்கும் எனது மனமார்ந்த நன்றியைத் தெரிவித்துக்கொள்கிறேன்.

- சிவதத்துவ நித்தியாநந்தன்

பொருளடக்கம்

பாடல் எண்	பொருளடக்கம்	பக்கம்
ந.சு (34):	சிவதத்துவம் 34: அகிலம் ஆளும் ஈஸ்வரி	6
ந.ரு (35):	சிவதத்துவம் 35: கரு-மாரியும் பகலவன் அருளும்	7
ந.சூ (36):	சிவதத்துவம் 36: உதயன் அருள்-ஞானம் கூறல்	7
ந.ள (37):	சிவதத்துவம் 37: உதயன் அருள்-ஞானம் கூறல்	7
ந.அ (38):	சிவதத்துவம் 38: சதாசிவ ரூபம்	7
ந.சூ (39):	சிவதத்துவம் 39: பறைஓசை ஞானம் கூறல்	7
சு.ய (40):	சிவதத்துவம் 40: பரந்தாமன்-பல்லுயிர் தோற்றம்	8
சு.க (41):	சிவதத்துவம் 41: நாராயண ரூபம்	8
சு.உ (42):	சிவதத்துவம் 42: அரி-ஒலி-ஓம்காரம்	8
சு.ங (43):	சிவதத்துவம் 43: முக்திக்கு வழி	8
சு.சு (44):	சிவதத்துவம் 44: தசமுக நாயகன்-சிங்கள சித்தன்	8
சு.ரு (45):	சிவதத்துவம் 45: தசமுக நாயகன்-சிங்கள சித்தன்	9
சு.சூ (46):	சிவதத்துவம் 46: ஞான-உபதேசம்	9
சு.ள (47):	சிவதத்துவம் 47: ஞான-உபதேசம்	9
சு.அ (48):	சிவதத்துவம் 48: ஞான-உபதேசம்	9
சு.சூ (49):	சிவதத்துவம் 49: ஞான-உபதேசம்	9
ரு.ய (50):	சிவதத்துவம் 50: ஞான-உபதேசம்	9
ரு.க (51):	சிவதத்துவம் 51: ஞான-உபதேசம்	10
ரு.உ (52):	சிவதத்துவம் 52: ஞான-உபதேசம்	10
ரு.ங (53):	சிவதத்துவம் 53: அகர தத்துவம்	10
ரு.சு (54):	சிவதத்துவம் 54: அகர தத்துவம்	10
ரு.ரு (55):	சிவதத்துவம் 55: அகர தத்துவம்	10
ரு.சூ (56):	சிவதத்துவம் 56: அகர தத்துவம்	10
ரு.ள (57):	சிவதத்துவம் 57: அகர தத்துவம்	11
ரு.அ (58):	சிவதத்துவம் 58: உகர தத்துவம்	11
ரு.சூ (59):	சிவதத்துவம் 59: உகர தத்துவம்	11
சூ.ய (60):	சிவதத்துவம் 60: மகர தத்துவம்	11
சூ.க (61):	சிவதத்துவம் 61: மகர தத்துவம்	11
சூ.உ (62):	சிவதத்துவம் 62: மகர தத்துவம்	11
சூ.ங (63):	சிவதத்துவம் 63: பொன்னம்பல நாதன்	12
சூ.சு (64):	சிவதத்துவம் 64: விதி-மதி-ஞானம் கூறல்	12
சூ.ரு (65):	சிவதத்துவம் 65: விதி-மதி-ஞானம் கூறல்	12
சூ.சூ (66):	சிவதத்துவம் 66: சித்தர் தத்துவம் கூறல்	12
சூ.ள (67):	சிவதத்துவம் 67: ரசவாத ஞானம் கூறல்	12
சூ.அ (68):	சிவதத்துவம் 68: ரசவாத ஞானம் கூறல்	13
சூ.சூ (69):	சிவதத்துவம் 69: சித்தர் ஞானம் கூறல்	13

இறை வணக்கம்

அன்பெனும் ஊற்றில் ஆலயம் தொழுது;
பண்பெனும் ஊற்றில் பரம்பொருள் தொழுது;
பாடியே போற்றுவாய் சிவரூப தத்துவம்;
ஓதியே உணர்வாய் உள்ளொளி பெருக்கி!

சிவதத்துவம்: 1-16: மெய்ஞானம் கூறல்

ஒன்றுமில்லா ஒன்றிற்காக ஏன்மயங்கி நிற்கிறாய்
ஒன்றுளென்று அறிந்தபின்னும் ஏன்ஓடி அலைகிறாய்
ஒன்றிலே ஒன்றியொன்றி உண்மைகாண வல்லிரேல்
ஒன்றுமில்லா ஒன்றினோடு உட்கலந்து நிற்பிரே!		(1)

தேவைதேவை தேவையென்று தேடியோடும் மூடர்காள்!
தேவைதோன்று தெவ்விடம் தெளிந்துரைக்க வேண்டுமே!
தேவையும் தொழாமையும் தெளிந்துநோக்க வல்லிரேல்
தெளியலாம் நமசிவாயம் அப்புதேயு வாயுவில்!		(2)

செ ன்னியில் உதித்தநாதம் சொட்டுமே சுடலையில்
செ ன்னியில் உதித்தநாதம் சேருமே சுழியத்தில்
செ ன்னியில் உதித்தநாதம் செ ன்னியில் சுடரினால்
சீவன்முக்தி யாகியே சிதம்பரத்தை நாடலாம்!		(3)

நாதவிந்து நாமமே தரித்தது தரணியில்!
தரித்தநாத விந்ததுவும் தளர்ந்தது தரணியில்!
தளர்ந்தநாத விந்துஏன் தளர்ந்ததென் றறிந்திடில்;
தரணியை வென்றுநீயும் தலைவனாகி வாழலாம்!		(4)

ஐந்தெழுத்து மந்திரத்தில் ஐயன்வந்து நின்றதும்;
ஐந்தெழுத்து மந்திரமே ஐயனாகி நின்றதும்;
ஐந்தெழுத்தில் ஓரெழுத்தை உற்றுகாண வல்லிரேல்;
நீர்பிரிந்து நீயவனாய் நீறுமாகி நிற்பிரே!		(5)

1

ஆதியந்தம் ஒன்றுசேர்ந்து அண்டமாகி நின்றதும்
அண்டமான ஒன்றிலே பிண்டமாகி நின்றதும்
பிண்டமான ஒன்றைநீ பிரித்துகாண வல்லிரேல்
ஆதியந்தம் அண்டபிண்டம் அனைத்துமாகி நிற்பிரே!   (6)

ஐந்துமாறும் ஒன்றலோ! அரூபரூபம் ஒன்றலோ!
ஒன்றினோடு ஒன்றியொன்றி உட்கலந்த சோதியில்;
ஊனழிந்து உருவழிந்து உண்மைகான வல்லிரேல்;
அரூபரூப மாகியே அறிவடைந்து நிற்பிரே!   (7)

பன்னிரெண்டு பாலனும்; பன்னினாறு பாவையும்;
கண்ணில்லாத கண்ணிலே கலந்திருப்ப தெங்கனே!
ஆறினோடு நாலுமாய் அமர்ந்திருந்த காலனை;
எட்டினோடு பத்துமாய் இருந்ததே சிவாயமே!   (8)

பயின்றுவந்த நாட்களும் பகுத்தறிந்த நாட்களும்;
பருவம்கொண்ட நாட்களும் பள்ளிகொண்ட நாட்களும்;
பேருகொண்ட நாட்களும் பெருமைகொண்ட நாட்களும்;
பறையர்வந்து நின்றபோது பரமனைப் போய்ச்சேருமோ!   (9)

ஐயறிவு ஆற்றலால் அகந்தை கொண்டிருப்பிரே!
மெய்வறிவு ஆற்றலால் மேரு கொண்டிருப்பிரே!
ஐயறிவும் மெய்யறிவும் அண்டசிவ சோதியில்;
ஆறறிவு மெய்யுணர்ந்து ஐயனாகி வாழலாம்!   (10)

கண்ணில்லாத கண்ணிலே! காலில்லாத காலிலே!
சொல்லில்லாத மொழியிலே சொரூபத்தை காணலாம்!
பண்ணிலாத பாடலை பகலிரவு பாடினால்;
பண்டிதன் ஆகியே பராபரத்தை பாடலாம்!   (11)

பார்ப்பனன் புழுதியே! பறையனன் புழுதியே!
பாரினில் பிறந்த பேரெலாம் புழுதியே!
புழுதியை களைந்து புழுவினில் புகுந்து
பார்ப்பவன் எவனோ! அவனே பரம்பொருள்!   (12)

முப்பெரும் கடலினுள் மூழ்கியே மாண்டனர்
எண்ணூறு கோடியும் முன்-நூறு ஜென்மமாய்!
எண்ணூறு கோடியும் மீளலாம் மதிகொண்டு
முப்புநீ உண்டுவா ரவிமதி அந்தியில்!   (13)

ரவிமதி ஆற்றலால் மலர்ந்தது பிண்டமே!
ரவிமதி ஆற்றலால் வளர்ந்தது ஊனுடல்!
ரவிமதி ஆற்றலை மதிகொண்டு உணர்ந்திடில்;
உணர்ந்தவன் உயிருடல் சிவகெதி அடையுமே!   (14)

ஒன்றென எழுந்தனன் ஓம்கார நாதமாய்!
இரண்டென மலர்ந்தனன் ஊனுடல் ஆகியே!
ஐந்தென உணர்ந்தனன் பஞ்சமா பூதத்தில்;
ஆறென அமர்ந்தனன் அறிவடைந்து உய்யவே!   (15)

ஊனுடல் தரித்தது நான்முகன் அருளினால்!
நான்முகன் யாரது? நந்தியை கேளடா!
நான்முகன் நீயலோ! நந்தியும் நீயலோ!
ஊனுடல் கடந்துவா! உண்மையை காணலாம்!   (16)

சிவதத்துவம்:*17-18:* காந்த தத்துவம் கூறல்

பரம்பொருள் எழுந்தது; பரத்திலே மறைந்தது;
எழுந்தது விண்ணுமாய்; மறைந்தது கந்தமாய்;
பார்ப்பவன் கண்களில் பரம்பொருள் ஆனது;
அறிவினால் பாரடா! மறைபொருள் விளங்குமே! (17)

காந்தமே கடவுளாய்; கந்தனின் வடிவமாய்;
அறுமுகன் ஆனது ஐயனின் ரூபமே!
விண்ணிலே ஐந்துமாய்; மண்ணிலே ஆறுமாய்;
மலர்ந்தருள் புரிந்தது அறிவடைந் துய்யவே!   (18)

சிவதத்துவம்:19: தமிழ்-எழுதும்-இறையும்

ஓராறாய் எழுந்தனன் உணர்-அறிவுமாய்! கந்தனாய்!
ஈராறாய் விரிந்தனன் உயிர்-எழுதுமாய்! காந்தமாய்!
மூவாராய் மலர்ந்தனன் மெய்-எழுதுமாய்! ஈசனாய்!
நாலாறாய் நவின்றனன் ஈரெட்டொடு இருநூற்றில்!   (19)

சிவதத்துவம்:20: தத்துவ ஞானம் கூறல்

ஈசன்காண வேண்டுமென்று வேசம் போடும்நீசனே
பாசம்நேசம் கொண்டுநீ காசுவேண்டி வாழ்கிறாய்
மாசில்லாத ஈசனை பகலிரவு தேடியே;
காசுமூட்டை கட்டிநீயும் காசிசென்று மாள்கிறாய்!   (20)

சிவதத்துவம்:21: தன்னிலை விளக்கம் கூறல்

அந்திசந்தி முந்தியில் அமர்ந்திருக்கும் எம்பிரான்!
முந்திவந்ததால் அவன் முருகனென்ற நாமமோ!
முந்திவந்த தாரடா! முட்டிநின்ற தாரடா!
முட்டையில் புகுந்துநின்று மூப்படைந்த தாரடா   (21)

சிவதத்துவம்:22-27: ரசவாத ஞானம் கூறல்

ஆடுகட்டும் அண்ணனே! மாடுகட்டும் மன்னனே!
வீடுகட்டும் வீணனே! மாதுகட்டும் மடையனே!
உப்புகட்டிக் கொண்டுநீ உடலைகட்டிக் கொள்ளடா!
மனத்தைக் கட்டிக்கொண்டுநீ மயக்கம்நீங்கி வாழலாம்!   (22)

வனத்திலே வாழ்பவன் வனமகன் ஆகலாம்!
குணத்திலே வாழ்பவன் குலமகன் ஆகலாம்!
குலமகன் வனமகன் குருதியில் விளைந்ததே;
குருதியை கொள்ளுடா! குமரனை காணலாம்!					(23)

ஆலால கண்டன்! திருநீல கண்டன்!
கொள்ளடா உப்பதை கொன்றுதான் கொள்ளடா!
உண்டால் என்னவோ உப்புளி அப்பனாய்;
முப்புவாய் தோன்றியே முக்தியை அருளுவாய்!					(24)

கற்பக விருட்சமே! கலியுக நாதனே!
கர்பூரம் கொண்டுவா காணலாம் வித்தையை!
கர்பக ரூபமாய் கோரக்கர் காணலாம்!
கற்பம்நீ உண்டுவா கலியுகம் வாழலாம்!					(25)

சூலத்தில் சுருண்டது ஞானத்தின் கனியலோ
சூலமே சுருண்டது ஞானத்தின் சாற்றினால்
சூலத்தை சுடரிடு செவ்வீரம் சேர்த்திடு
சூலமே சிவந்திடும் ஞானத்தை பாரடா!					(26)

செம்மொழி வரைந்தது செம்பொன் அல்லவோ
செம்பொன் மடிந்தது கெந்தியால் அல்லவோ
கெந்தி-உட் கொண்டது சூதமும் அல்லவோ
சூதம்-உட் கொண்டவன் சூரியன் ஆகிறான்					(27)

சிவதத்துவம்:28-31: பெண் ஞானம் கூறல்

பேதையான பெண்மையே! பெருமையான பெதும்பையே!
பெண்மைகொண்ட பேரெல்லாம் பேருக்காக இல்லையே!
ஆணிணோடு பெண்ணுமாய் அவதரித்த ரூபமே!
பெண்ணிணோடு ஆணுமாய் பிரம்மனுனது நாமமாமே!		(28)

கண்மைகொண்ட பெண்மையே! உண்மை காண்பதெங்கனே!
உன்-மெய்-கண்ட பொழுதுநீ ஈசன் கண்டிருப்பீரே!
ஈசன்காண வழியலாள் மாசுகொண்ட மாதராய்;
மாலைகொண்டு மயங்கியே நீசனோடு வாழ்விரே!

(29)

கண்ணில்நின்ற காதலும் கருத்தில்நின்ற காதலும்;
கதிகலங்கி நிற்கும்போது நிற்குமோ உன்னுடன்!
காதல்கொண்ட காழுமகன் கருத்தில்நின்ற காதலன்;
காற்றடங்கி காடுசேர சேர்வனோ உன்னுடன்!

(30)

கருக்குழந்தை வேண்டுமென்று காளைதேடும் குமரியே
கரு-குலைந்து போனபின்பு குழவிவந்து காக்குமோ!
குழவியும் காளையும் விதியினால் விளைந்ததே
மதியைகொண்டு விதியைவென்று மீண்டுவா சிவாயமே!

(31)

சிவதத்துவம்:32-33: அன்னை தத்துவம் கூறல்

ஆனஜந் தெழுத்துமாய் அவதரித்த நாதனை
ஆனஜந் தெழுத்துமாய் அவதரித்த நந்தியை
ஆனஜந் தெழுத்துமாய் ஆட்சிகொண்ட அரசியே!
அரூபரூப ரூபமாய் ஆளுமெங்கள் அன்னையே!

(32)

அண்டபிண்ட ரூபமாய் அவதரித்த நாதனை
ஆறுநாலு பத்துமாய் ஆட்சிகொண்ட ஈசனை
மூன்றுநான்கு முப்பதாய் ஈசனோடு நேசமாய்
முப்புரத்தில் அப்புவாய் ஆளுமெங்கள் அரசியே!

(33)

சிவதத்துவம்:34: அகிலம் ஆளும் ஈஸ்வரி

பெண்மைகொண்ட ரூபமே பிறவியை அருளுவாள்!
பெண்மைகொண்ட ரூபமே பிரம்மனின் ரூபமாம்!
பிரம்மனாய் எழுந்தவள் பெண்மையில் ஆணுமாய்;
ஆளுமை கொண்டெழுந்தவள் அகிலாண்ட ஈஸ்வரி!

(34)

சிவதத்துவம்:35: கரு-மாரியும்-பகலவன் அருளும்

கனல்கொண் டெழுந்தது கருமாரி ரூபமே
கரு-மாரி பொழிந்தது நீருமாய் நிலத்திலே
உரு-மாறி எழுந்தது பகலவன் அருளினால்
அவனருள் இல்லையேல் உயிர்களும் ஏதடா!   (35)

சிவதத்துவம்:36-37: உதயன் அருள்-ஞானம் கூறல்

உயிருடல் தரித்தநாதன் கடவுளா? மாயையா?
உயிருடல் தரித்தநாதன் அன்னையா? அப்பனா?
உயிருடல் தரித்தநாதன் உதயனின் அருளலலோ!
அவனருள் இல்லையேல் உயிர்களும் ஏதடா!   (36)

அன்னையப்பான் யாரடா? அறிவைகொண்டு பாரடா!
காமம்கொண்ட தாரடா? கருத்தரித்த தாரடா?
கருத்தரித்த காமனை காலைமாலை பாரடா!
வேந்தனாம்! அரசனாம்! அனைத்துயிர்க்கும் அப்பனாம்! (37)

சிவதத்துவம்:38: சதாசிவ ரூபம்

காலனாகி நின்றதும்! காட்சியாகி நின்றதும்!
நீலனாகி நின்றதும்! நிமலனாகி நின்றதும்!
நாதமாகி நின்றவன் நர்த்தனம் தரித்ததும்!
சக்தியாய் எழுந்தவன் சதாசிவ ரூபமே!   (38)

சிவதத்துவம்:39: பறைஓசை ஞானம் கூறல்

பறையெனும் ஓசையால் பார்வதி நாட்டியம்
பறைகொண்டு முழங்கினாள் பரமனின் தாண்டவம்
பறைந்தவன் பறையனாம் பகுத்தவன் பார்வையில்
அறிவினால் பாரடா! பறைந்தவன் பரம்பொருள்!   (39)

சிவதத்துவம்:40: பரந்தாமன்-பல்லுயிர் தோற்றம்

பரத்தினில் விரிந்தது பஞ்சமா பூதமாய்
பூதத்தில் ஒருவனாம் பரந்தாமன் நாமமே
பாற்கடல் கொண்டவன் பல்லுயிர் காப்பவன்
பல்லுயிர் தோற்றமும் பகலவன் பார்வையால்!   (40)

சிவதத்துவம்:41: நாராயண ரூபம்

திருமாளின் தத்துவம் பெருமாளாய் பத்தடா!
திருநாமம் பாரடா! நீரிலும் நிலத்திலும்;
நீரினுள் ஐந்துமாய்; நிலத்தினில் ஆறுமாய்;
ஆறென எழுந்தது நாராயண ரூபமே!   (41)

சிவதத்துவம்:42: அரி-ஒலி-ஓம்காரம்

ஆறென எழுந்தவன் யாரென பாரடா!
யாரென கண்டவன்; ஐயனை காணுவான்;
ஐயனே அரியுமாய் ஒலிகொன் டெழுகிறான்;
ஓம்கார நாதமாய் அண்டமாய் விரிகிறான்!   (42)

சிவதத்துவம்:43: முக்திக்கு வழி

ஆதியே பிண்டத்தில் ஆணுமாய் பெண்ணுமாய்;
பரிணாமம் கொண்டது பரம்பொருள் அடையவே;
நீரிலே எழுகிறான்; நிலத்திலே உறைகிறான்;
நிலத்திலே எழுந்தவன்; நீறினால் முக்தியே!   (43)

சிவதத்துவம்:44-45: தசமுக நாயகன்-சிங்கள சித்தன்

தசமுக நாயகன் திசையெல்லாம் கடந்தவன்
சிந்தையில் சொன்னது செந்தமிழ் மருத்துவம்;
எண்ணிலா பாடலாய் பாடினான் பைந்தமிழ்
சிவயுக நாயகன்! சிங்கள சித்தனாம்!   (44)

சிங்கள சித்தனாய் சிந்தையில் சொன்னதை;
மெத்தமாய் அழித்தனர் வடமேற்கில் பாரடா!
சிவனுமான சித்தனை சூரனாய் முடைந்தனர்;
பாடடா அவன்புகழ்; பாரெல்லாம் பரவட்டும்!   (45)

சிவதத்துவம்:46: ஞான-உபதேசம்

குளத்திலே குதித்தவன் குளத்திலே உதிக்கிறான்!
குளத்திலே உதித்தவன் குளத்திலே குதிக்கிறான்!
குளத்தினுள் குதித்தவன் குலமகன் ஆகிறான்!
குலமகன் சிவபதம் அடைவது எங்ஙனே?   (46)

சிவதத்துவம்:47-52: ஞான-உபதேசம்

காசியில் ஈசனை காண்பதும் இல்லையே!
இமயத்தில் ஈசனும் இல்லையே! இல்லையே!
வாசியை கண்டவன் காணுவான் ஈசனை!
ஈசனை கண்டவன் மனம்-அது இமயமே!   (47)

கற்றவன் யாரடா? களித்தவன் யாரடா?
கற்றவன் மீளுவான்! களித்தவன் மாளுவான்!
கற்றவன் களியினால் மூழ்கியும் மாளுவான்!
கற்றவன் உண்மையில் கலியுகம் வாழுவான்!   (48)

மூடர்கள் யாரது? மூடனே சொல்லடா!
மூலையில் முடங்கியே மூடனே மாளுவான்!
மூலமாம் குளத்திலே முடங்கிய நாதனை;
மூளையில் நிறுத்தினால் மூடனும் ஞானியம்!   (49)

மாயையான மனிதனே மக்களை ஆளுவான்!
மண்ணிலே கொல்லுவான்! விண்ணிலும் கொல்லுவான்!
மண்ணையும் விண்ணையும் தன்னிடம் கொள்ளுவான்!
மாயையை தள்ளடா! அறிவடைந் துய்யடா!   (50)

நாட்டிலே தலைவனாம் நாடோடி வாழ்க்கையாம்!
தள்ளடா! தள்ளடா! தலைவனே! தள்ளடா!
தவறினால் தலைவனும் தரணியில் மாளுவான்!
தாமிரம் கொள்ளடா! தரணியை ஆளலாம்!   (51)

அரசனும் ஆண்டியாம்! அவனருள் இல்லையேல்!
அவனருள் பாரடா! ஆண்டியும் அரசனாம்!
ஆண்டியாய் நின்றதும்! அரசனாய் நின்றதும்!
ஓம்-எனும் ஓசையாம் ஒருமையில் பாரடா!   (52)

சிவதத்துவம்:53-57: அகர தத்துவம் கூறல்

அண்டத்தின் ஒலியது ஓம்காரா நாதமே!
ஊனுமாய் உயிருமாய் ஆதியில் அகரமாய்!
அகரமாய் எழுந்தது ஆதியின் சக்தியே!
அகரத்தின் உயிரது 'அ'எனும் ஓசையே!   (53)

'அ'எனும் ஓசையே அனைத்துயிர்க்கும் நாதமாம்!
அனைத்துயிர் நாதமும் அகரத்தில் அடங்குமே!
அகரமும் உகரமாம் மகரத்தில் இதளுமாம்!
இதளென எழுந்தது ஈசனின் நாதமே!   (54)

அகரத்தின் நாதமே மகரத்தில் விளைந்தது;
கடலினுள் நீருமாய் உறைந்தது உவர்க்குமே!
உறைந்தது யாரென கருத்தினில் காணடா!
மகரத்தை கண்டவன் மகாரத்தை காணுவான்!   (55)

'அ'எனும் எழுத்தது காந்தமாய் கடவுளாய்;
எண்களில் எட்டுமாய் அணுக்களில் எட்டுமாய்;
எட்டதை பாரடா! உயிரது விளங்குமே!
அறிவிலே ஒளியுமாய் ஈசனின் மகனுமாய்!   (56)

'அ'எனும் எழுத்தது ஆதியின் ரூபமே!
கருவினில் எட்டுமாய் காற்றினில் எட்டுமாய்!
கார்த்திகை திங்களாய் கார்மேக கண்ணனாய்!
கருவிலே உருண்டது 'உ'எனும் எழுத்துமாய்!			(57)

சிவதத்துவம்:58-59: உகர தத்துவம்

'உ'எனும் எழுத்தது ஊனுடல் தரித்தது;
ஆணுமாய் பெண்ணுமாய் அனைத்துயிர் தோற்றமாய்!
எண்களில் இரண்டுமாய் ரவிமதி ஒளியாய்;
ஏகாந்த நாயகன் ஏறினான் இரண்டிலே!			(58)

'உ'எனும் எழுத்தது நாடியில் பித்தமாம்!
பித்தனாய் எழுந்தவன் நான்முகன் ரூபமே!
விண்ணிலே மதியுமாய் மண்ணிலும் மதியுமாய்;
மதிகொண்டு பாரடா! பித்தமும் தெளியுமே!			(59)

சிவதத்துவம்:60-62: மகர தத்துவம்

மகரத்தின் தத்துவம்; மறைபொருள் தத்துவம்;
அறிவினில் பாரடா! மறைபொருள் விளங்குமே!
மகரத்தை கற்றவன் மதியிலே மன்னனாம்!
மாதவம் செய்தவன் மருத்துவம் சொல்லுவான்!			(60)

மகரவித்தை கற்றவன் அறிவிலே அரசனாம்!
ஆண்டியாய் திரிந்தவன் திரிசூலம் ஏந்துவான்!
மகரவித்தை கற்றவன் மாயனாம்! சித்தனாம்!
பேயனாய் எழுந்தவன் ஈசனாய் மறைகிறான்!			(61)

விண்ணிலே எழுந்தவன் அண்டமாய் விரிகிறான்!
மண்ணிலே எழுந்தவன் பிண்டமாய் மலர்கிறான்!
அண்டமாய் எழுந்தவன் கல்லிலே உறைகிறான்!
கல்லிலே உறைந்தவன் கடவுளாய் அருள்கிறான்!			(62)

சிவதத்துவம்:63: பொன்னம்பல நாதன்

பொய்யுடல் தரித்தவன் புலன்களில் வாழ்கிறான்
மெய்யுடல் தரித்தவன் அறிவினில் வாழ்கிறான்
அறிவினில் வாழ்பவன் மெய்ப்பொருள் உணர்கிறான்
மெய்ப்பொருள் கண்டவன் பொன்னம்பல நாதனே!   (63)

சிவதத்துவம்:64-65: விதி-மதி-ஞானம் கூறல்

மனமது அலையடா! அலைவது அதன்குணம்!
அறிவினால் பாரடா! அடையலாம் நினைத்ததை!
மனதினால் வாழ்பவன் விதியிலே மடிகிறான்!
அறிவினால் வாழ்பவன் விதியைவென்று வாழ்கிறான்!   (64)

மனதைவென்று வாழ்பவன் அறிவிலே ஞானியாம்!
விதியைவென்று வாழ்பவன் அறிவிலே சித்தனாம்!
மனதைவெல்லும் வழியது மறைபொருள் அறிவது!
விதியைவெல்லும் வழியது மெய்ப்பொருள் அடைவது!   (65)

சிவதத்துவம்:66: சித்தர் தத்துவம் கூறல்

காலிலே நடந்தவன் காற்றிலே நடக்கிறான்!
காற்றிலே நடந்தவன் கயிலையில் வாழ்கிறான்!
கயிலையில் வாழ்ந்தவன் கங்கையாய் எழுகிறான்!
கங்கையாய் எழுந்தவன் மங்கையாய் அருள்கிறான்!   (66)

சிவதத்துவம்:67-68: ரசவாத ஞானம் கூறல்

மங்கையான கெங்கையும் மண்ணில்தோன் றுதில்லையே!
மங்கையான கெங்கையும் மதியில்தோன் றும்பாருடா!
மதியில்தோன் றும்கெங்கையும் விதியினால் விளையுமே!
மதியைகொண்டு உண்ணுடா! விதியைவென்று வாழலாம்! (67)

நீரிலே எழுந்தநாதன் நீரிலே கரையுதே!
நீரிலே கரைந்தநாதன் நீரினால் முக்தியே!
நீரிலே எழுந்தநாதன் நீரிலே உறைகிறான்!
நீறுடா! உறைந்ததை நீயலோ சித்தனே!   (68)

சிவதத்துவம்:69: சித்தர் ஞானம் கூறல்

சித்தனாய் எழுந்தநாமம் பிறவியை அறுக்கவே
சித்தனாய் எழுந்தநாமம் சீவனை காணவே
சீவனை கண்டநாதன் சித்தியை அடைகிறான்
சித்தனாய் எழுந்தநாதன் சீவனும் சிவனுமாம்!   (69)

சிவதத்துவம்:70-71: அணு-மண்-தத்துவம் கூறல்

சிவனவன் ஆதியில் அணுக்களாய் எழுகிறான்
அணுக்களாய் எழுந்தவன் ஆற்றலாய் விரிகிறான்
ஆற்றலாய் விரிந்தவன் அண்டபிண்ட ரூபமாய்
பிண்டரூப மண்ணுமாய் அணு-மண் பாரடா!   (70)

ஆற்றலாய் எழுந்தநாதன் நர்த்தனம் ஆடுவான்
நர்த்தனம் கொண்டநாதன் நான்மறை ஓதுவான்
நான்மறை தத்துவம் நூல்களில் இல்லையே
நந்தியை கேளடா நமசிவாயம் சொல்லுமே!   (71)

சிவதத்துவம்:72-77: மனம்-மாயை-கூறல்

மனமெனும் மாயையால் மந்திரம் படிக்கலாம்
மனமெனும் மாயையால் யந்திரம் வரையலாம்
மந்திரம் படிப்பதும்; யந்திரம் வரைவதும்;
ஊனுடல் காக்குமோ! உயிரையும் காக்குமோ!   (72)

மனமெனும் மாயையால் மானுடம் ஜெயிக்கலாம்
மக்களை கவர்ந்தவர் மன்னவன் ஆகலாம்
மானுடம் ஜெயிப்பதும்; மன்னவன் ஆவதும்;
ஊனுடல் காக்குமோ! உயிரையும் காக்குமோ! (73)

மனமெனும் மாயையால் மங்கையை மணக்கலாம்
மனமெனும் மாயையால் பேரனைத்தும் காணலாம்
மணம்புரிந்த மங்கையும்; பெறுகண்ட பெருமையும்;
ஊனுடல் காக்குமோ! உயிரையும் காக்குமோ! (74)

மனமெனும் மாயையால் கலைகளும் கோடியாம்
கோடியான கலைகளால் கோடிகோடி செல்வமாம்
கோடிகோடி கலைகளும்; கோடிகோடி செல்வமும்;
ஊனுடல் காக்குமோ! உயிரையும் காக்குமோ! (75)

மனமெனும் மாயையால் மாயவித்தை காட்டுவீர்
கோடியான வித்தையால் கோமகன் ஆகலாம்
கோடிகோடி வித்தையும்; கோமகன் காட்சியும்;
ஊனுடல் காக்குமோ! உயிரையும் காக்குமோ! (76)

மனமெனும் மாயையால் மாண்டுபோகும் மக்களே
மனமெனும் மாயையால் மடிந்துபோகும் மானுடம்
மனமெனும் மாயையை கருத்தினில் காணடா!
மானுடம் தழைத்துநீயும் இறைவனான மனிதனாம்! (77)

சிவதத்துவம்:78: திருமூலர் ஞானம் காண்க

மனமெனும் மாயையால் மாண்டுபோகும் மூடனே!
மூடனே! மூலராய்! மீண்டுவா மதியிலே!
மூலமான தந்திரம் உள்ளது மூவாயிரம்!
அறிவினால் காணடா! ஆயிரம் உபாயமே! (78)

சிவதத்துவம்:79: போகர் ஞானம் காண்க

பணமெனும் போர்வையில் படுத்துறங்கும் போகனே!
போகனே! போகராய்! ஏறுடா ஏணியில்!
ஏணியும் எட்டடா! ஏழாயிரத்தை பாரடா!
எட்டுபத்து சேர்ந்தவன் நமச்சிவாய நாமமே!   (79)

சிவதத்துவம்:80: கொங்கணர் ஞானம் காண்க

மங்கையின் மாயையால் மாண்டுபோகும் கொம்பனே!
கொம்பனே! கொங்கணாய்! கொள்ளுடா கெங்கையை!
மங்கையான கெங்கையை காட்டினான் முக்காண்டமாய்!
அடிமுடி கண்டுநீயும் ஈசனாகி வாழடா!   (80)

சிவதத்துவம்: 81: வள்ளுவன் ஞானம் காண்க

வேலைவேலை வேலையென்று வேடம்போடும் ஓடமே!
காலைமாலை ஓடியே களைந்துநீயும் விடுவீர்!
ஓடமும் உடையுமே! வேடமும் களையுமே!
வள்ளுவன் வகுத்தஞான வெட்டியான் பாரடா!   (81)

சிவதத்துவம்:82: மச்சமுனி ஞானம் காண்க

மாயமாகும் வித்தையை மந்திரங்கள் சொல்லுமோ!
மாயமாகும் வித்தையை யந்திரங்கள் சொல்லுமோ!
மாயமாகும் வித்தையை மச்சமுனி சொல்லுவார்!
இச்சையை துறந்துநீயும் உச்சனாகி வாழடா!   (82)

சிவதத்துவம்:83: சட்டைநாதர் ஞானம் காண்க

சட்டைபோட்ட மனிதனே சாட்டையால் அடிக்கிறான்!
சட்டைபோட்ட மானுடம் சண்டைபோட்டு மடியுதே!
சாட்டையான சட்டையை கழற்றிநீயும் போடடா!
சட்டைநாதர் பாரடா! சாயும்முன்னே சேராடா!   (83)

சிவதத்துவம்:84: காலங்கி நாதர் ஞானம் காண்க

காற்றிலே உருண்டநாதன் கருவிலே உருளுவான்!
கருவிலே உருண்டநாதன் காற்றிலே வாழ்கிறான்!
காற்றிலே வாழ்ந்தநாதன் கால-அங்கி நாதனாம்!
கருவைநீ கலையடா காலங்கி நாதனாய்! (84)

சிவதத்துவம்:85: இடைக்காடர் ஞானம் காண்க

காற்றிடை கருவிடை கலந்தநாதர் யாரடா?
ஊனிடை உயிரிடை உதித்தநாதர் யாரடா?
பாட்டிடை பொருளிடை பரவிநிற்கும் பரமனை
இடையிலே காணடா! இடைக்காடர் நீயடா! (85)

சிவதத்துவம்:86: இராமதேவர் ஞானம் காண்க

ராமராம ராமவென்று ராமநாமம் ஓதுவீர்!
ராமநாமம் என்னவென்று? இராப்பகல் தேடுவீர்!
ராமநாம தத்துவம் ரவிமதி தத்துவம்
மதியினால் பாரடா இராமதேவர் சேரடா! (86)

சிவதத்துவம்:87-88: சிவ ஆனந்தம் கூறல்

ஐயனே! ஆற்றலே! ஐம்பெரும் நாயகா!
ஐந்தொழில் புரிந்துநீயும் அண்டபிண்டம் ஆளுவாய்!
அண்ணலே! ஆற்றலே! அருட்பெரும் ஜோதியே!
ஆனஐந் தெழுத்துமாய் அண்டபிண்டம் ஆளுவாய்! (87)

ஐயனே! ஆற்றலே! ஆறுமுக நாயகா!
ஆறுகோணமாகியே அண்டபிண்டம் காட்டுவாய்!
அண்ணலே! ஆற்றலே! ஓம்கார நாதனே!
நமசிவாய நாதனாய் ஆளுமெங்கள் அரசனே! (88)

சிவதத்துவம்:89: யூகிமுனி ஞானம் காண்க

நமசிவாய நாதனை நந்தியில் பாரடா!
நமசிவாய நாதனை நாட்களில் பாரடா!
நமசிவாய நாதனே யுகங்களாய் எழுகிறான்!
யூகிமுனி பாரடா! யுகங்கடந்து வாழலாம்! (89)

சிவதத்துவம்:90-91: செந்தமிழ் சிறப்பு கூறல்

யுகங்கடந்த யோகிகாள்! யுகங்கடந்த ஞானிகாள்!
யுகங்கடந்த மாமுனி வாழியே! வாழியே!
யுகங்கடந்து வாழும்-ஓர் யுக்தியை வரைந்தது;
யுகங்கடந்து வாழுமெங்கள் செந்தமிழ் மொழியிலே! (90)

செந்தமிழ் மொழியிலே சிவனருள் மலர்ந்ததே!
அகர-உகர மகரமான அறிவியல் மலர்ந்ததே!
அண்டபிண்ட ரூபமாய்; ஆதியந்த மானதை;
சிந்தையில் உதித்தவன் சித்தனாகி சிவனுமாய்! (91)

சிவதத்துவம்:92-93: சிவசித்தன்-ஆற்றல்-சித்தம் கூறல்

சிவனுமான சித்தனே சிற்றம்பலம் கண்டவன்!
சிவனுமான சித்தனே பேரம்பலம் சேருவான்!
சிவனுமான சித்தனே அண்டபிண்டம் அருளுவான்!
சிவனுமான சித்தனே அண்டபிண்டம் ஆளுவான்! (92)

சிவனுமான சித்தனே காலனாகி கொள்ளுவான்!
சிவனுமான சித்தனே மறைத்தருள் புரிகிறான்!
மறைத்தருள் புரிந்தது மெய்ப்பொருள் உணர்த்தவே!
மெய்ப்பொருள் காணடா! சிவனருள் சித்தமே! (93)

சிவதத்துவம்:94-101: சிதம்பரம் அடையும் வழி (அந்தாதி)

உறைந்தவன் எழுவதும்; மறைந்தவன் எழுவதும்;
மாண்டவன் எழுவதும்; மாபெரும் சக்தியால்;
சக்தியை பார்ப்பவன் முக்தியை அடைகிறான்!
சக்தியை இழந்தவன் பித்தனாய் மடிகிறான்!   (94)

பித்தனாய் மடிந்தவன் பிறவியை தொடருவான்!
முக்தியை பாரடா! மற்றெல்லாம் வீணலோ!
மீண்டுமோர் பிறவியும் தொடருமே தவறினால்;
அறிவினால் பாரடா! பரம்பொருள் சேரடா!   (95)

பரம்பொருள் விளங்குமே பாரினில் பிறந்ததால்;
பரம்பொருள் அறியுமே பராபரம் அறிந்ததால்!
பரம்பொருள் காணுமே கண்ணிலும் கருத்திலும்;
கருத்தூன்றி கண்டவன் காலனை வெல்லுவான்!   (96)

காலனை வென்றவன் கடவுளின் ரூபமே!
காலனை வென்றவன் காலனாய் எழுகிறான்!
காலனாய் எழுந்தவன் காட்சியில் எளியனாய்;
காலனாய் எழுந்தவன் காமனை கொல்லுவான்!   (97)

காமனை கொன்றவன் காடுதான் கொள்ளுமோ!
காமனை கொன்றவன் காரிருள் கொள்ளுமோ!
காமனை கொன்றவன் காட்சியை கொல்லுவான்!
காமனை கொன்றவன் கடும்பசி கொள்ளுமோ!   (98)

கடும்பசி கொன்றவன் காற்று-உட் கொள்கிறான்!
காற்று-உட் கொண்டவன் காயமே சித்தியாம்!
காற்று-உட் கொண்டவன் யோகமும் சித்தியாம்!
சித்திய டைந்தவன் மாயமாய் மறைகிறான்!   (99)

மாயமாய் மறைந்தவன் சித்தனாம்! சித்தனாம்!

சித்தனாய் எழுந்தவன் முக்தியை அருளுவான்!
சித்தனாய் எழுந்தவன் சீவனை காணுவான்!
சீவனை கண்டவன் சிவபதம் அடைகிறான்!   (100)

சிவபதம் அடைந்தவன் பிண்டத்தில் ஒளிர்கிறான்!
சிவபதம் அடைந்தவன் அண்டத்தில் மறைகிறான்!
சிவபதம் அடைந்தவன் சீவனும் சிவனுமாய்!
சிவபதம் அடைந்தவன் சிதம்பரம் அடைகிறான்!   (101)

சுபமங்களம் கூறல்

ஜோதியாய் நின்ற சிவரூப தத்துவத்தை!
ஆதியாய் நின்ற அருணாச் சலத்தை!
ஓதியே உரைத்தேன் ஒருநூற்று ஒன்றில்;
பாடியே பகிர்ந்தேன் பரமஞானத்தில்!

ஓம் சிவாய நம!

சிவதத்துவர் (சிவதத்துவ நித்தியானந்தன்)
அருளிய
"சிவதத்துவம்-101"
முற்றும்
சிவனருள் சித்தியாகட்டும்!
ஓம் சிவாய நம!
சிவதத்துவ நித்தியானந்தன்